रात्रीचे राक्षस

कथा - नीना पौलोस
चित्रं - चेरिल वेस्टनबर्ग

अनुवाद - मालविका आमडेकर

मेहता पब्लिशिंग हाऊस

NIGHT MONSTERS by Nina Poulos and Cheryl Westenberg

Published by the National Library of Australia
Canberra ACT 2600

Translated into Marathi Language by Malvika Amdekar

Year of Publication : March, 2018

रात्रीचे राक्षस / बालसाहित्य

अनुवाद : मालविका आमडेकर,
१९, रेश्मा रेसिडेन्सी, लोकमान्य कॉलनी, पुणे ४११०३८.
Email : malvika.amdekar@gmail.com

प्रकाशक : सुनील अनिल मेहता
मेहता पब्लिशिंग हाऊस, १९४१, सदाशिव पेठ,
माडीवाले कॉलनी, पुणे ४११०३०. फोन : ०२०-२४४७६९२४
Email : info@mehtapublishinghouse.com
Website : www.mehtapublishinghouse.com

मुद्रक : स्पेक्ट्रम ऑफसेट, डी-२/४, सत्यम इस्टेट,
सीडीएसएसच्या मागे, एरंडवणे, पुणे ४११००४.

प्रथमावृत्ती : मार्च, २०१८

किंमत : ₹ ७०

ISBN 9789387789364

हसरी कुकाबुर्रा बसली होती झाडावर,
खुश होती फार सकाळ झाल्यावर,
तिच्या मित्रांनी घातली होती भीती,
'बघ हं! राक्षस येतो रात्री.'

म्हणून तर तिनं तिच्या मित्रांना गोळा केलं,
हेच बरं होईल, असं तिला वाटलं,
एकमेकांना अनुभव सांगत शोधून काढलं खरं,
अन भीती पळवून लावली, तर होईल जरा बरं.

डुलडुल्या वॉंबट होता एक नंबरचा भटक्या,
म्हणाला, 'पाहिलं मी, चेटकिणीला काळ्या,
पाहिली तिची टोपी अन चेहरा तिचा विचकट,
खरंच सांगतो ऐकली तिच्या दातांची **खटखट!**

घरापुढे उभ्या उभ्या
मी जामच टरकलो,
बिळाखाली माझ्या झटकन सरकलो,
भीतीपोटी रात्रभर नुसता बसून राहिलो.'

‘आता माझी पाळी,’ म्हणाला कांगारू दंगेबाज,
‘पाहिला एक राक्षसी साप, खरं सांगतो आज,
हिस्स् असा जोरदार ऐकला मी आवाज,
हादरलो अस्सा की गेला सगळा माज.’

‘एरवी तसा आहे मी हिंमतवाला खूप,
पण पळावं लागलं मला तिथून धूमऽऽ,
लटपटत्या गुडघ्यांनी पळत सुटलो बुम,
अन आपटलो की तोंडावर धडाऽऽमधूम.’

गंभीर साळींदर लागली चौफेर न्याहाळू,
उसासे टाकत बोलली हळूच,
'शप्पथ सांगते, भला मोठा डायनासोर पाहिला,
पाहता मला तो अस्सा **गुरगुरला**.'

'घाबरून जाऊन अश्शी मी कापत होते चळचळ,
नखांची अन काट्यांची होत होती सळसळ,
भीती होती राक्षसाला ऐकू जाईल सारं,
विसरता नाही यायचं त्या रात्रीचं वारं.'

डोरिस डिंगोलाही होतं बोलायचं,
खोल श्वास घेत तिनं विचारलं,
'मोठ्या अस्वलाचा आवाज ऐकला का कुणी?
रेकत आणि गुरगुरत तो जात होता बाजूनी?'

'भलं मोठं अस्वल माझ्या लागलं होतं पाठी,
मागे मागे आलं माझ्या तुडवत चिखल-माती,
जमेल तशी जीव खाऊन अश्शी मी धावले,
घसरला पाय असा की चिखलातच लोळले.'

वॉलीस वॉलबी हळूच खिशातून डोकावली,
'माझ्याकडेही आहे किस्सा,' म्हणत बोलायला लागली,
'ऐकली आहे मीही ड्रॅगनच्या पंखांची **थरथर**,
विश्वास ठेवा खरं आहे, सांगत नाही वरवर.'

'टुणकन आईच्या खिशात मारली मी उडी,
पाय माझे बाहेर, लटकत होते तरी,
वाटत होतं मला आत खूप उबदार,
तरीही आतून दुखावलो होतो फार.'

पॅडल प्लॅटिपसनी खुटखुट वाजवली चोच,
आता माझी पाळी म्हणत बोलू लागला तोच,
‘भुताच्या घोरण्याची ऐकली मी हो घुर्रघुर्र,
बघता बघता उठून बसला की हो बकासुर.’

‘भयंकर डोळे त्याचे होते हिरवे-निळे,
तोंडावरती वण त्याच्या होते काळे काळे,
फोडली त्यानं किंकाळी, मिटले मी डोळे,
घसरत गेलो खाडीमध्ये, झाले माझे कडबोळे.’

पूनेल्ला पोसम आली झाडावरून खाली,
म्हणाली, 'पटणार नाही तुम्हाला की काय हकिकत झाली,
अंधाऱ्या जंगलात पाहिला मी राक्षस पळताना,
पळता पळता ऐकलं त्याला **डरकाळी** फोडताना.'

'घाबरगुंडी उडाली अशी, पडले मी झाडावरून,
आपटले धाडकन, घसा गेला ओरडून,
आपटले डोक्यावर, नाक की हो चेपलं,
मला तर वाटलं की शेपूटच ठेचलं.'

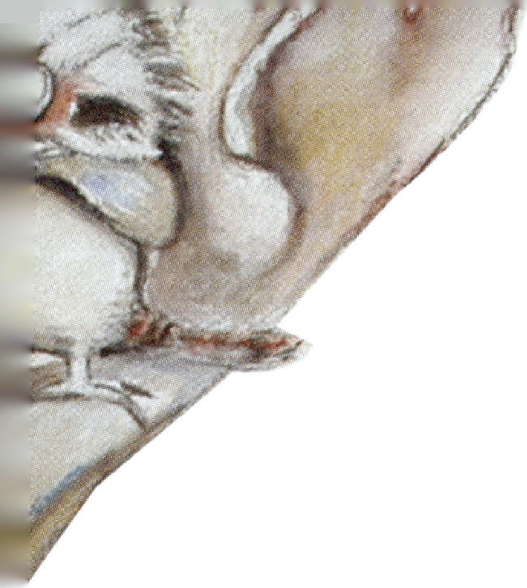

तोच एक विचित्र ऐकू आला गोंगाट,
भीषण रडू ऐकून झाला एकच बोभाट,
आलं तिथं भूत एक घाबरले सगळे पार,
मुळीच बसेना त्यांचा डोळ्यांवर विश्वास.

भुतावर झेप टाकत गेली कुकाबुर्रा जोरात,
पंख फडफडवत ओरडली तोऱ्यात,
'लॅरी लायरबर्ड, लपतोच कसा बघते लबाड,
नकला करून घाबरवतो द्वाड.'

'नव्हता कुणी ड्रॅगन आणि नव्हता डायनासोर,
घोरणारं भूत नव्हतं, की नव्हता कुणी चोर,
तूच होतास लपलेला जंगलाच्या आत,
कंटाळा येतो म्हणून काढत बसलास आवाज.'

लायरबर्ड म्हणाला, ‘मी आहे झकास नकलाकार,
पण आता लाज वाटते माझी मलाच,
अर्धवट झोपेत होता सगळे तुम्ही,
भीतीनं गाळण उडली माझ्या नकलांनी.’

‘नव्हता कुणी राक्षस मोठा नि भयाण,
की नव्हतं कुणी अस्वल खतरनाक केसाळ,
मीच काढत होतो आवाज कसले कसले,
माफ करा, तुम्हाला उगाच घाबरवले.’

‘कुणीच नव्हती चेटकीण विकट तोंडवाली,
नव्हता कुणी साप पळणारा झाडाखाली,
तुम्ही रात्री ऐकलेले आवाज होते माझे,
सगळेच्या सगळे नकला करतानाचे.’

‘रहायचो मी शेताजवळ सॅली ग्रीनच्या,
खटखट आवाज होता तो तिच्या गेटचा,
हवा गेल्या टायरचा हिस्स् होता आवाज,
त्या दिवशी सॅलीला उशीर झालेला फार.’

‘सॅली ग्रीनच्या शेतावर यायचे आवाज खूप,
दोन आवाज ऐकून मात्र व्हायचो मी खूश
सुसाट बाईकचा आवाज जोरदार,
अन पांढऱ्या कोकॅटूचा कर्कश्श आवाज.’

गुर्ऽगुर्ऽ

सगळे प्राणी बसले होते कान देऊन ऐकत,
हळूहळू चालली होती भीती त्यांची ओसरत,
मग त्यांनी केलं कौतुक लायरबर्डचं,
ज्याला आधी नव्हतं कधी बोलायला सुचायचं.

प्राणी सगळे म्हणाले, ‘आहेस तू खरा भारी नकलाकार,
आमंत्रण देतो तुला आम्ही खुशाल,
आमच्यासोबत रहा मित्र बनून प्रेमळ,
घाबरवून आमची मात्र नको करू पळापळ.’

कुकाबुर्रा खळखळून लागली हसू,
झाडावर धडपडत लागली बोलू,
'राक्षस, चेटकीण आणि भुताच्या
गोष्टी मोठ्या मोठ्या,
सगळ्या होत्या अगदी
शंभर टक्के खोट्या,

आवाज होते सगळे या
हुशार पक्ष्याचे,
आपण मात्र कल्पनेचे तोडत
बसलो तारे,
कळलं ना आता, आपलं जंगल
आहे सुरक्षित,
झोपू शकतो निवांत आपण
डोकं खुपसून मऊ उशीत!'

हुशार लायरबर्ड

लायरबर्ड जंगलात सहजासहजी दिसत नाही, तो खूप लाजराबुजरा असतो. जंगलातच कुठेतरी तो लपून बसतो. पण त्याचा आवाज मात्र ऐकायला येणं शक्य असतं. हा इतर पक्ष्यांच्या आवाजाची खूप सुंदर आणि हुबेहूब नक्कल करतो. कुकाबुर्राचं खिदळणं, मॅगपायचं ओरडणं किंवा ईस्टर्न व्हीपबर्डचा 'क्रॅक' आवाज असू देत, त्याला ते सगळं छान जमतं. आसपास मानवी वस्ती असल्यास तिथल्याही मस्त नकला करतो. म्हणजे, गवत कापणाऱ्या यंत्राचा आवाज, ट्रेनचा आवाज, भुंकणाऱ्या कुत्र्याचा आवाज आणि रडणाऱ्या बाळाचा आवाज काढायलाही त्याला जमतो.

किती सुंदर शेपूट! किती मोहक आवाज!

मादीला आकर्षित करायला लायरबर्ड शेपूट फुलवून, पाठ आणि डोक्याच्या वर उभारून गाणं गातो. तो असं करत नसतो तेव्हा मात्र त्याची मिटलेली शेपटी पाठीमागून फरपटत सरसर करत असते.
त्याला शोधणं अवघड असल्यामुळे नर कायम नकला करत, ओरडत फिरतात, म्हणजे मग ते कुठे आहेत हे मादीला कळतं. दुसऱ्या नराला आपल्यापासून सावधगिरीचा इशारा द्यायलाही ते गाणं म्हणत राहतात.

'लायर' नावाच्या वाद्यासारखे

लायरबर्ड शेपटीचा फुलोरा उभारून गातो तेव्हा ती शेपटी 'लायर' नावाच्या एका प्राचीन वाद्यासारखी दिसते, म्हणून त्याला पक्षीतज्ज्ञांनी 'लायरबर्ड' नाव दिलं.
एरवी हा पक्षी कधीच आपली शेपटी फुलवत नाही. त्याला आपल्या सुंदर पिसाऱ्याचा देखावा दाखवायचा असतो तेव्हाच फक्त तो शेपटी फुलवतो आणि पाठीच्या आणि डोक्याच्या मागे मस्त पिसारा फुलवतो.

फरक ओळखा!

या दोन्ही एकसारख्या दिसणाऱ्या लायर पक्ष्याच्या शेपटीत थोडा फरक आहे. कोणाची शेपटी जास्त सुंदर दिसते? त्यातला नर पडलेल्या फांदीवर उभा आहे आणि दुसरी मादी आहे. या चित्रातल्यासारखे लायर जास्तीत जास्त वेळ जमिनीवर बसूनच घालवतात. ते फार उडू शकत नाहीत, पण उड्या मारत जंगलभर भटकत राहतात. रात्रीच्या वेळी ते उड्या मारत एखादी उंच फांदी शोधून त्यावर झोपी जातात. त्यानंतर सकाळी उठल्यावर ते पंखांच्या आधारानं खाली उतरतात. ❁

मला लायरबर्ड बघायचा आहे

लायरबर्ड ऑस्ट्रेलियन भूप्रदेशाच्या दक्षिण-पूर्व भागात आणि दक्षिण तस्मानियामधल्या जंगलात सापडतात. नॅशनल पार्कमध्ये फेरफटका मारायला गेलात तर तुम्हाला हा पक्षी दिसणं किंवा त्याचा आवाज ऐकायला येणं शक्य आहे. पानांना आणि कुजलेल्या ओंडक्यांना अंग घासत, किडे आणि अळ्या शोधत ते जमिनीवर फिरत असतात. ❁

रोजच्या आयुष्यात लायरबर्ड

१० सेंटच्या नाण्यावर लायरबर्डचं चित्र आहे. ऑस्ट्रेलियन प्राणी आणि पक्षी तिथल्या सगळ्या नाण्यांवर तुम्हाला दिसू शकतील. बघा त्यातले कुठले प्राणी आणि पक्षी तुम्ही ओळखू शकता? ❁

एक उत्कृष्ट घरटे

मादी काड्या जमवून घरटं बांधते. फर्नच्या पानांनी, पिसांनी, छोटी झाडी किंवा मुळांमध्ये घरटं सुरक्षित करते. ती एकच अंडं देते. पिल्लू बाहेर आलं की १० आठवड्यांपर्यंत काळजी घेते. ❁